Dreaming the Mountain

Dreaming the Mountain

Tuệ Sỹ

Translated from the Vietnamese by

Nguyen Ba Chung and
Martha Collins

MILKWEED EDITIONS

Published 2023 by Milkweed Editions
Printed in the United States
Cover design by Mary Austin Speaker
Cover illustration by Mary Austin Speaker
23 24 25 26 27   5 4 3 2 1
First Edition

Library of Congress Cataloging-in-Publication Data

Names: Tuệ Sỹ, author. | Nguyen, Ba Chung, translator. | Collins, Martha, 1940- translator.
Title: Dreaming the mountain : poems / by Tuệ Sỹ ; translated and edited by Nguyen Ba Chung and Martha Collins.
Description: First edition. | Minneapolis, Minnesota : Milkweed Editions, 2023. | Series: Seedbank | Summary: "A Seedbank series title from Tue Sy--poet, monk, scholar, dissident, and one of the great cultural figures of modern Vietnam--in his first collection of poems in English"-- Provided by publisher.
Identifiers: LCCN 2022024418 (print) | LCCN 2022024419 (ebook) | ISBN 9781639550180 (paperback) | ISBN 9781639550197 (ebook)
Subjects: LCSH: Tuệ Sỹ--Translations into English. | LCGFT: Poetry.
Classification: LCC PL4378.9.T8165 D7413 2023   (print) | LCC PL4378.9.T8165 (ebook) | DDC 895.9/2213--dc23/eng/20220831
LC record available at https://lccn.loc.gov/2022024418
LC ebook record available at https://lccn.loc.gov/2022024419

Milkweed Editions is committed to ecological stewardship. We strive to align our book production practices with this principle, and to reduce the impact of our operations in the environment. We are a member of the Green Press Initiative, a nonprofit coalition of publishers, manufacturers, and authors working to protect the world's endangered forests and conserve natural resources. *Dreaming the Mountain* was printed on acid-free 100% postconsumer-waste paper by Sheridan Saline, Inc.

CONTENTS

DREAMING THE TRUONG SON I 1975-1977 21
GIẤC MƠ TRƯỜNG SƠN I 1975-1977

Dreaming the Mountain

INTRODUCTION

Tuệ Sỹ, born in 1943, joined a Zen order at the age of ten and later became an eminent Buddhist scholar, professor, poet, and translator. Phạm Công Thiện has called him "the most eminent, most intelligent, most erudite, most spotless Zen master in Vietnam today." He has stood fast against the idea that Buddhism could serve as a tool for any ideology, and is well-known in the United States and elsewhere for his dissidence, as well as in Vietnam, where he lives. Twice imprisoned, once for two years and again for fourteen, he was at one point sentenced to death. If this seems an unusual biography, Tuệ Sỹ's poetry, much of it written in a country torn by war, is no less unusual.

FIELD OF DISTANT DREAMS: BEFORE 1975

Tuệ Sỹ's poems seldom make explicit reference to his life as a monk. But images of his early life, deepened by his study of Buddhism, permeate his poems.

Following years of study at the Institute of Buddhism in Nha Trang, Tuệ Sỹ moved to Saigon, where he graduated from the College of Buddhism in 1964 and from Van Hanh University in 1965. In 1970, he became a tenured professor at the university, based on his research and philosophical essays; he also became an editor of a journal that led to a revival of Buddhism in South Vietnam. A scholar of both Eastern and Western philosophy and a translator of Chinese and Pali Buddhist texts, he taught Chinese, Pali, and Sanskrit in the Saigon pagoda and studied French, English, and German as well.

He also wrote poems and short stories, many of which were published in literary magazines. The poems in the first section of this book are from that period. Living a contemplative life, mature beyond his years, Tuệ Sỹ sets the pattern for his later poetry as he presents the natural world in a series of shifting images that, in Zen tradition, are layered with significance:

Worn stones reflect the setting sun
Crying waters rise over life's games
A thousand years echo a great longing
Winds bring words to a lonely, distant journey

("DREAM OF A LONG LIFE")

During those years, Vietnam was undergoing one of the most brutal wars ever waged between a superior power and a small country. From a Buddhist perspective, the war, even if one side was right, contributed to the enormous sufferings of the country. "Bird Wing Sky" conveys, in his customarily indirect way, Tuệ Sỹ's compassion for that suffering:

A promise has been buried in mourning
A bird disappears in the distant sky
A sense of weariness, caught in an instant
Autumn, ten thousand cries of discontent
Late night, a cold mist, a raging whirlwind
A deep breath out: dust rolls through a dream

DREAMING THE TRUONG SON: 1975–1977

In 1973, despite his many accomplishments, Tuệ Sỹ left Saigon to return to the solitude of a hill in Nha Trang, where the Institute of Buddhism was located. Two years later, Nha Trang fell into the hands of the revolutionary army. Knowing that Buddhism in the

North had been seriously stifled, Tuệ Sỹ sensed that his freedom as a monk was threatened. The US embargo played a major role, but the new government made many mistakes. In 1975, Tuệ Sỹ wrote of seeing his country "only in its ruin," its roads "still shadowed with sorrow's smoke" ("The Years Away").

As Tuệ Sỹ sat alone on the hill, his close friends and family members in Saigon, he began dreaming of a desolate peak in the Truong Son Mountain Range, pounded and battered by storms, which became for him a representation of Vietnam, uprooted from its long history. It was during this time that he wrote the following poem:

> I can still hear the cicadas' song
> Can still love the night-fire's flames
> Home is just a peak in the Truong Son
> Let's proclaim our thousand-year indignation
>
> ("REFLECTION")

The Truong Son dream has followed him ever since.

Many of the poems in the second section of this book were written in Nha Trang; others, including "Nightmares in the Forest," were written in the Van Gia Forest, about sixty kilometers from Nha Trang, where Tuệ Sỹ built his own hut in the summer of 1976, "wait[ing] for the watch to change" ("By a Cold Fire"). Thích Phước An told of his visits to Tuệ Sỹ, following a road that was "zigzagging and tortuous, so it was a hard slog, especially during the rainy season. . . . There was nothing there . . . besides the flickering oil lamp in the straw hut and the massive darkness in the middle of an immense forest."

Life in both Nha Trang and the forest was hard: Tuệ Sỹ was a small man, and the work of raking earth and pounding soil was difficult, as "Foot of the Hill" and other poems suggest. But the Truong Son dream remained with him, even when life became more difficult, as it soon would.

DREAMING THE TRUONG SON: 1978-1984

In 1978, after he came back to Saigon (by then Ho Chi Minh City), Tuệ Sỹ's fears were realized: he was sent to reeducation camp for two years, in prisonlike conditions. A year later, he wrote the first section of "Sitting in the Graveyard" in what had been South Vietnam's Police Directorate General's prison, which to him was a deserted graveyard. It was one of his most austere poems.

> For a long time I've been sitting in a graveyard
> Like white silk, cold moonlight covers the forest—
> As chill night winds blow in, demons tremble
> Quivering, kissing heaps of thin bones
> They cry, ask why their bodies haven't crumbled
> So their spirits can disappear in wisps of flame—
> When the mind has not yet turned to dead wood
> The black earth still shines with bright blue blood

In the later sections of "Sitting in the Graveyard," Tuệ Sỹ moves from desolation to memory; in the last section, memory is further transformed:

> A life: a short stretch of rough road
> I listen, all night long, to a waterfall
> I step quickly over a long-lost river
> Waiting for rain to drizzle on butterfly wings—
> One morning, my eyes flood with the past
> The dark road connects to my former lives
> I stand forever in an endless forest stream
> A fleeting dream of red blood at dusk

The three quatrains from "Sleep Talking in Prison," which Tuệ Sỹ wrote in classical Chinese (transliterated and translated into Vietnamese in this volume), were also completed in reeducation camp. "Dedication," a famous poem, speaks not only of Tuệ Sỹ's practice as a monk but also of his compassion for the suffering of his people:

Two hands lift the prison bowl of rice
To dedicate it to the Lord of All
World overflowing with blood and strife
Bowl raised as wordless tears fall

The last six poems in this section were written following Tuệ Sỹ's release from reeducation camp. In "Descending the Mountain" (1983), he may have been imagining what awaited him as he returned to the city. "Daydream" and "Dawn" were also written around then and reflect the mood of someone anticipating a return to prison.

This happened the following year, when Tuệ Sỹ was arrested and sent to prison for what turned out to be fourteen years. In 1988, he was given a death sentence, which was reduced to twenty years at hard labor because of international pressure. No poems were written during this period of imprisonment.

In 1998, the government intended to free Tuệ Sỹ and asked him to sign a letter requesting leniency. He was said to have refused, stating: "No one has the right to judge me; no one has the right to pardon me." We recently learned from Tuệ Sỹ that he did not make that statement then, but rather during his trial, when he said: "In this trial no one has the right to judge me." Most likely some admirers, moved by his steely courage in the face of overwhelming power, changed the story. Since the statement perfectly captures Tuệ Sỹ's action at the time and has been for a long time a symbol of his struggle, we leave it, also noting that when the government threatened to withhold his release, he went on a ten-day fast. He was then released.

In this refusal, as in his actions and words throughout the war, Tuệ Sỹ exemplified advice he gave to young monks and nuns in 2003: "Do not . . . flatter kings and mandarins, pleased for the favor of the world, canvassing for a social position." Instead, he wrote elsewhere, one should strive for *bodhicitta*, "the burning aspirations of a sentient being who finds himself living under grim circumstances and hellish persecution. He wants to locate a bright road not only to free himself from threats and oppression but also to liberate those in the same plight. . . . Shrouded by darkness, why not search for a torch?"

LATER POEMS

The last two poems in this volume, or sequences of short poems, were written after Tuệ Sỹ returned to Ho Chi Minh City, where he now lives. These poems are more fragmented than the earlier ones and also more richly diverse in their imagery and references, juxtaposing an urban world with the remembered world of forests and streams and at the same time evoking Buddhist thought more explicitly. Still infused with sadness, they are also more hopeful. "I'm journeying to reform my country," he writes in the first section of "Meditation Room" (2000–2001); and later in the poem:

> Deep regret, like a star dreaming in sleep
> In the vast night, people have lost their way
> Streetlights still stare blankly at the windows
> Tomorrow I'll set out to repaint the dawn

All of Tuệ Sỹ's poems are filtered through a Buddhist perspective. For a Zen master, there are two ways to look at the world. One is to look at it as real, or at least temporarily real. The other is to understand its basic unreal nature; as Tuệ Sỹ says in "Fleeting Dream," "the world is a moment's dream." In "Meditation Room," he moves easily between the two ways of seeing:

> Leaving behind the cows, their amorous eyes
> I rise to the sky, become Lord of Nothingness
> I look down at the earth, the cigarette smoke
> Humanity's sad   sunlight dries in the wind

In the last sequence in this book, "Refrains for Piano" (2006), Tuệ Sỹ's movement is even more seamless. Explicit references to piano music create a musical thread through the poem (Tuệ Sỹ himself plays the piano), not as something to leave behind, as in the earlier poem "Piano Keys," but as a means of embracing a range of emotional and spiritual experience.

> Since then, I've returned to the numinous sphere
> Blue spreads out, obscuring endless space
> Night stars stretch deep into the distance
> Real or unreal, the afternoon's wet with grief
> In an afternoon like that, low notes hum
> The notes go on, burning my fingertips
> Embracing a rest, the music suddenly stops
> Where are you, friend? Smoke fills the veranda

Infusing the music is "the restless call of nothingness," in which "time falls like rain"—rain that, in the last section of the poem, "falls on ancient tombs," evoking the history of the country and its thousand years of Zen poetry. While Tuệ Sỹ's poems reflect one of the most turbulent periods in Vietnamese history, they also raise one of the most important issues facing a people in transition: Where can a country go without a foundation in its spiritual tradition?

> We ask the ant: Where is the Pure Land—
> Beyond emptiness, there, in the tracks of birds
> Away from the call of the black, bitter earth
> Where the light of thought takes over from the sun?
> ("DAYDREAM")

Perhaps there. Perhaps in these poems.

ON THE TRANSLATIONS

Tuệ Sỹ's poems are a particular challenge and a particular delight for the translator. Infused with the poet's Buddhism, they can seem, superficially, like nature poems or love poems. But when you delve a little more deeply—as translation forces you to do—you find both an unexpectedly spiritual experience and a fierce translation challenge.

Tuệ Sỹ often uses multiple images in a quatrain or even a single line, usually without transition. Many of the images are of the natural world, but the shifts keep the poems from being merely descriptive and force the reader to make connections. The result resembles what Robert Bly called "leaping poetry," which he saw as a means of bridging the gap between conscious and unconscious thought. In Tuệ Sỹ's poems, the shifts create a layering that encompasses both spiritual and historical significance. Sometimes this is explicit, as in: "I still wait through black windless nights / The pure shimmering black of ancients' eyes" ("I Still Wait"). Elsewhere, it isn't, and the challenge for the translator is to make the lines or parts of lines syntactically and musically harmonious without adding too much connective tissue.

Vietnamese syntax is itself fluid, indeterminate in subject, object, and predicate. It can use verbs without indicating tense and sometimes omits the subject altogether; it doesn't distinguish between "a" and "the." These features are especially poignant in the poems of Tuệ Sỹ, whose sometimes ambiguous sense of time is made more striking by the lack of verb tenses, and who can all but disappear from a poem (Is he the speaker?) when no subject is specified. A line can often be read in many ways, giving the poem different shades of meaning, some of which can be contradictory. This gives the poem a multivalent ambience, generally prized in

Eastern culture. That a poem may contain contradictory meanings is treasured as a philosophical attitude: truth never finds itself fixed in one pole of a dichotomy but always reaches deeper and beyond.

The layering of meaning is especially apparent in a number of poems that could be read as love poems. The boundary between an ordinary love poem and a spiritual one is very thin in Tuệ Sỹ's work. Some striking examples (there are others) are "Nightmares in the Forest," "Dried Tree," "The Road Scented with Your Lips," and "Rooster Crow at Noon." Of "Nightmares in the Forest," in which the speaker "glimpse[s] your slim shoulder, your thin dress," Tuệ Sỹ himself has said that love in the poem invokes the idea of safety, of protection. In reference to the quatrain "Fleeting Dream," which opens with images of "emerald eyes" and a smile and closes with "I love because the world is a moment's dream," Phạm Công Thiện has written: "Love is only truly love, human relation is only truly human relation, if it's seen as nothing more than a dream moment. When one realizes that one is nothing more than a dream moment, a complete awakening blazes forth."

In Vietnamese, "Fleeting Dream" may seem less like a love poem than some others because of the pronoun it uses. Vietnamese has many words for "you," most of them based on kinship terms. *Em* is one of the most distinctive of these; literally meaning "younger sister/brother," it is used, among other things, by male speakers in reference to wives and sweethearts and is usually an indication that a poem is a love poem.

"Fleeting Dream" is different. One of the most flexible Vietnamese pronouns is *người*, which can be singular or plural, referring to a person or to people—or somewhat impersonal, as in the impersonal English "you," which can be replaced by "one" or suggest the speaker, as it does in "Rainy Season in the Highlands." In "Fleeting Dream," we've simply not translated *người* in order to distinguish the poem from (and at the same time make a connection with) the previous poem, "Nightmares in the Forest," which uses *em*.

Người is used much more frequently in the 2000–2001 "Meditation Room," where context often seems to indicate "people," usually seen historically. Another "you" pronoun, *anh* (literally, "older brother"), appears in both "Meditation Room" and "Refrains for Piano," where we have used "friend" to distinguish it from both *em* and *người*.

Inseparable from the imagistic richness and layering in Tuệ Sỹ's poems are sonic effects; together they give a particular beauty and coherence to each line, creating a quality that is, of course, impossible to translate. That lines tend to be imagistically self-contained helps, but prosody plays a major role and presents a major challenge.

All of Tuệ Sỹ's poems are formal, though the form loosens somewhat in the two later sequences. The primary unit of Vietnamese prosody is the syllable. Most common are poems comprised of seven, eight, or five syllables, or of alternating lines of six and eight syllables (the *lục bát*, or 6-8). Tuệ Sỹ uses all of them. Because Vietnamese is a monosyllabic language, a line could rarely be rendered by a similar number of syllables in English. And because stress is heard more easily than syllable in English poetry, a loose pentameter line (five stresses, sometimes four) has been a useful way of creating a consistent music in English for most of these poems, while the five-syllable lines tend to fall more easily into four- or three-stress lines (as in "Foot of the Hill"). In Vietnamese, rhyme is complicated by tonal patterns (Vietnamese has six tones, divided into sharp and flat for prosodic purposes) that we of course can't render, but most of these translations (especially of the *lục bát* poems) use some rhyme or slant rhyme, usually within quatrains.

Much of Vietnamese prosody is based on the quatrain, which seems to exert itself structurally in Tuệ Sỹ's poems even when the poems are written as a single strophe. In some cases, especially the *lục bát* poems (usually written as a single strophe in Vietnamese), we have broken the poem into quatrains; in "Sitting in the Graveyard," we use dashes to create pauses between quatrains.

In "Meditation Room" and "Refrains for Piano," the sections range from strict quatrains to completely free verse; frequently, what might have been seven- or eight-syllable lines are broken into units of three and four (or three and five) syllables, and rhyme is also freer, or nonexistent. In response, we have loosened the form in these sequences, trying only occasionally for rhyme.

These "translations" of form are of course arbitrary, and bear little resemblance to the music of Tuệ Sỹ's Vietnamese, which is, even in the context of Vietnamese poetry, extraordinary. All translation, especially of formal poetry, involves a negotiation between form and content, and as the first translators of most of these poems, we wanted to be especially careful to find equivalents for the imagery, diction, and nuances of the originals.

Our translation work has involved a similar negotiation. Chung has ensured that a translation reflects, though not necessarily duplicates, the sense and power of the piece in the original language; Martha has tried to make sure that it bears some resemblance, musical and otherwise, to a poem written in English.

Others would, of course, create very different versions of individual poems, and a few already have, including Bạch Xuân Phẻ, who published a number of translations in his book about Tuệ Sỹ as teacher and monk. We appreciate their work, and we welcome the work of those to come. Our effort is merely the first of what we hope will be many attempts to bring the inspiring poetry of Tuệ Sỹ to a wide audience of English-speaking readers.

FIELD OF DISTANT DREAMS
BEFORE 1975

PHƯƠNG TRỜI VIỄN MỘNG
TRƯỚC 1975

I carry a dream as I wander around the world
Who knows if I might find you a distant moon

Tôi mang giấc mộng đi hoang
Biết đâu mà kiếm trăng ngàn cho em

KHUNG TRỜI CŨ

Đôi mắt ướt tuổi vàng khung trời hội cũ
Áo màu xanh không xanh mãi trên đồi hoang
Phút vội vã bỗng thấy mình du thủ
Thắp đèn khuya ngồi kể chuyện trăng tàn

Từ núi lạnh đến biển im muôn thuở
Đỉnh đá này và hạt muối đó chưa tan
Cười với nắng một ngày sao chóng thế
Nay mùa đông mai mùa hạ buồn chăng

Đếm tóc bạc tuổi đời chưa đủ
Bụi đường dài gót mỏi đi quanh
Giờ ngó lại bốn vách tường ủ rũ
Suối rừng xa ngược nước xuôi ngàn

A PIECE OF OLD SKY

Damp young eyes, sky over old gatherings
A deserted hill, a blue dress no longer blue
Rushing, I see myself as a vagabond
Telling stories by lamplight, a fading moon

From cold mountain to sea, forever silent
This stony crest, those salt grains haven't dissolved
Smile in the sunlight: how quickly a day passes
Today winter, tomorrow summer—how sad

I count my silver hairs, but I'm not old
Tired feet walk back and forth on the dusty road
Looking back, I see four sullen walls
A distant stream runs up and down through the forest

CÁNH CHIM TRỜI

Một ước hẹn đã chôn vùi tang tóc
Cánh chim trời xa mãi giữa lòng sâu
Nghe một nỗi hao mòn trong thoáng chốc
Một mùa thu một vạn tiếng kêu gào
Khuya còn lạnh sương mù và gió lốc
Thở hơi dài cát bụi cuốn chiêm bao
Bên cửa sổ bên kia đồi sao mọc
Một lần đi là vĩnh viễn con tàu
Đi để nhớ những chiều pha tóc trắng
Mắt lưng chừng trông giọt máu phiêu lưu

BIRD WING SKY

A promise has been buried in mourning
A bird disappears in the distant sky
A sense of weariness, caught in an instant
Autumn, ten thousand cries of discontent
Late night, a cold mist, a raging whirlwind
Deep breath out: dust rolls through a dream
By the window, over the hill, stars come out
A train is leaving now, forever farewell—
Recalling afternoons woven with white hair
Eyes glance at a drop of adventurous blood

HƯƠNG NGÀY CŨ

Màu nắng xế ôi màu hương tóc cũ
Chiều trơ vơ chiều dạt mấy hồn tôi
Trời viễn mộng đọa đầy đi mấy thuở
Mộng kiêu hùng hay muối mặn giữa trùng khơi.

SCENT OF PAST DAYS

Oh scent of old hair, color of sunset
A lonely afternoon steals my soul away
A sky of distant dreams still torments me
A proud dream, or just the salt of the sea?

MƯA CAO NGUYÊN

Một con én một đoạn đường lầy lất
Một đêm dài nghe thác đổ trên cao
Ta bước vội qua dòng sông biền biệt
Đợi mưa dầm trong cánh bướm xôn xao.

Bóng ma gọi tên người mỗi sáng
Từng ngày qua từng tiếng vu vơ
Mưa xanh lên tóc huyền sương nặng
Trong giấc mơ lá dạt xa bờ.

Người đứng mãi giữa lòng sông nhuộm nắng
Kể chuyện gì nơi ngày cũ xa xưa
Con bướm nhỏ đi về trong cánh mỏng
Nhưng về đâu một chiếc lá xa mùa?

Năm tháng vẫn như nụ cười trong mộng
Người mãi đi như nước chảy xa nguồn
Bờ bến lạ chút tự tình với bóng
Mây lạc loài ơi tóc cũ ngàn năm.

Khởi Hành 108 6.1971

RAINY SEASON IN THE HIGHLANDS

A swallow, a hazardous stretch of road
A tall waterfall, heard through a long night
Stepping quickly across a vanished river
Waiting for rain in the flutter of butterflies

A ghost calls your name each morning
Day by day, sound by pointless sound
Rain greens black hair, heavy with dew
In dreams, leaves drift far away from shore

For a long time you stand in the sunlit river
Telling tales of what far places and times?
A small butterfly travels on fragile wings
But where can a leaf go, away from its season?

Months and years are like smiles in dreams
You keep going on, as water runs from its source
Strange shores tell their secrets to the shadows
Stray clouds, a thousand years ago, old hair

TÓC HUYỀN

Tang thương một dải tóc huyền
Bãi dâu ngàn suối mấy miền hoang vu
Gởi thân gió cuốn xa mù
Áo xanh cát trắng trời thu muộn màng
Chênh vênh hoa đỏ nắng vàng
Gót xiêu dốc núi vai mang mây chiều
Tóc huyền loạn cả nguyên tiêu
Lãng du ai ngỡ cô liêu bạc đầu

BLACK HAIR

How pitiful a ribbon of black hair
A thousand streams in deserted mulberry groves
Trust the body to distant rolling winds
Blue shirt, white sand, a late autumn sky
Imbalance of red flowers and yellow light
Shoulders carry clouds, heels dent slopes
Black hair disturbs the new-year full-moon feast
Does wandering make one lonely, turn hair white?

HOÀI NIỆM

Một đêm thôi mắt trầm sâu đáy biển
Hai bàn tay khói phủ tóc tơ xa
Miền đất đó trăng đã gầy vĩnh viễn
Từ vu vơ bên giấc ngủ mơ hồ
Một lần định như sao ngàn đã định
Lại một lần nông nổi vết sa cơ
Trời vẫn vậy vẫn mây chiều gió tĩnh
Vẫn một đời nghe kể chuyện không như
Vẫn sống chết với điêu tàn vờ vĩnh
Để mắt mù nhìn lại cõi không hư
Một lần ngại trước thông già cung kỉnh
Chẳng một lần nhầm lẫn không ư?
Ngày mai nhé ta chờ mi một chuyến
Hai bàn tay khói phủ tóc tơ xa

A RECOLLECTION

One night I found my eyes submerged by the sea
Smoke on my hands, silky hair far away
The moon had thinned forever in that place
Drifting from vague unease to uncertain sleep
Once I decided, as mountain stars decided
Once again, I fell headlong into misfortune
The same clouds, same sky, quiet wind
The same life, still listening to troubling stories
Still living and dying with pretense and devastation
So blind eyes could see an empty world
Once, before a gracious old monk, I faltered
Could I, that once, have made a serious error?
Tomorrow I will wait, this time, for you
Smoke on my hands, silky hair far away

HẬN THU CAO

Quỳ xuống đó nghe hương trời cát bụi
Đôi chân trần xuôi ảo ảnh về đâu
Tay níu lại những lần khân chìm nổi
Hận thu cao mây trắng bỗng thay màu
Ta sẽ rủ gió lùa trên tóc rối
Giọng ân tình năn nỉ bước đi mau
Còi rộn rã bởi hoang đường đã đổi
Bởi phiêu lưu ngày tháng vẫn con tàu
Vẫn lăn lóc với đá mòn dứt nối
Đá mòn ơi cười một thuở chiêm bao
Quỳ xuống nữa ngủ vùi trong cát bụi
Nửa chừng say quán trọ khóc lao xao
Tay níu nữa gốc thông già trơ trọi
Đứng bên đường nghe mối hận lên cao

Nha Trang 1973

NOBLE AUTUMN RANCOR

Kneel down to sense the sky, the sand and dust
Where do bare feet go, pursuing illusions?
Hands hold back delays, risings and fallings
In autumn rancor, white clouds change color
I'll urge the wind to blow through tangled hair
The voice of love invites quickening steps
A siren blares because fantasies change
Because there's still time for a ship to leave
It's a hard life, with broken worn rock
Oh worn rock, let's laugh at our old dreams
Kneel down again, sleep fast in sand and dust
A little tipsy, rippling cries from the inn
Hands holding on to a lonely pine root
Stand by the road, feel autumn rancor rise

MỘNG TRƯỜNG SINH

Đá mòn phơi nẻo tà dương
Nằm nghe nước lũ khóc chừng cuộc chơi
Ngàn năm vang một nỗi đời
Gió đưa cuộc lữ lên lời viễn phương
Đan sa rã mộng phi thường
Đào tiên trụi lá bên đường tử sinh
Đồng hoang mục tử chung tình
Đăm chiêu dư ảnh nóc đình hạc khô

DREAM OF A LONG LIFE

Worn stones reflect the setting sun
Crying waters rise over life's games
A thousand years echo a great longing
Winds bring words to a lonely, distant journey
As cinnabar crumbles, the dream crumbles too
On the life-death road the peach tree is stripped bare
The herder in the field is still faithful
A stone crane: dried up on the temple roof

KẾT TỪ

Ngược xuôi nhớ nửa cung đàn
Ai đem quán trọ mà ngăn nẻo về

LAST WORDS

Back and forth, recalling just half the music—
Who put the inn there, blocking the way home?

DREAMING THE TRUONG SON I
1975–1977

GIẤC MƠ TRƯỜNG SƠN I
1975–1977

NHỮNG NĂM ANH ĐI

Ngọn gió đưa anh đi mười năm phiêu lãng
Nhìn quê hương qua chứng tích điêu tàn
Triều Đông hải vẫn thì thầm cát trắng
Truyện tình người và nhịp thở Trường Sơn

Mười năm nữa anh vẫn lầm lì phố thị
Yêu rừng sâu nên khóe mắt rưng rưng
Tay anh với trời cao chim chiều rủ rỉ
Đời lênh đênh thu cánh nhỏ bên đường

Mười năm sau anh băng rừng vượt suối
Tìm quê hương trên vết máu đồng hoang
Chiều khói nhạt như hồn ai còn hận tủi
Từng con sông từng huyết lệ lan tràn

Mười năm đó anh quên mình sậy yếu
Đôi vai gầy từ thuở dựng quê hương
Anh cúi xuống nghe núi rừng hợp tấu
Bản tình ca vô tận của Đông phương

Và ngày ấy anh trở về phố cũ
Giữa con đường còn rợp khói tang thương
Trong mắt biếc mang nỗi hờn thiên cổ
Vẫn chân tình như mưa lũ biên cương

Nha Trang 4.1975

THE YEARS AWAY

The wind gave you ten long years of wandering
Seeing your country only in its ruin
The Eastern Sea still whispers to white sand
Tales of compassion, breath of the Truong Son

Ten more years you were silent in the city
Love for the forest brought you close to tears
Arms reached for the sky, the birds' late chirping
Life adrift, small wings closing up by the road

Ten years later you crossed streams and forests
Saw your country as bloody abandoned fields
Evening smoke fades like wounded souls
Each river, each stream of blood and tears overflows

For ten years you forgot your reed-thin weakness
On slender shoulders a new country rose
You bent your head to hear mountain and forest
Chanting the endless love song of the East

The day you came back to the ancient city
Roads were still shadowed with sorrow's smoke
Eyes still shone with timeless indignation
As fresh as rain in the borderlands, as true

MỘT BÓNG TRĂNG GẦY

Nằm ôm một bóng trăng gầy
Vai nghiêng tủi nhục hờn lay mộng tàn
Rừng sâu mấy nhịp Trường sơn
Biển đông mấy độ triều dâng ráng hồng
Khóc tràn cuộc lữ long đong
Người đi còn một tấm lòng đơn sơ?
Máu người pha đỏ sắc cờ
Phương trời xẻ nửa giấc mơ dị thường
Quân hành đạp nát tà dương
Khúc ca du tử bẽ bàng trên môi
Tình chung không trả thù người
Khuất thân cho trọn một đời luân lưu

Nha Trang 4.1975

A SLENDER MOON

Resting, I embrace a slender moon
Disgrace bows shoulders, rancor shakes fading dreams
Many deep forests run through the Truong Son
Many red clouds, from tides of the Eastern Sea

On an ill-fated journey, tears well, spill over
Can one who journeys keep a simple heart?
His blood mingles, red, with the flag's color
The sky cuts his remarkable dream in half

An army march tramples the setting sun
Lips are mortified by the traveler's song
Love, when true, takes no revenge on others
One can seclude oneself in a wandering life

PHỐ TRƯA

Phố trưa nắng đỏ cờ hồng
Người yêu cát bụi đời không tự tình
Sầu trên thế kỷ điêu linh
Giấc mơ hoang đảo thu hình tịch liêu
Hận thù sôi giữa ráng chiều
Sông tràn núi lở nước triều mênh mông
Khói mù lấp kín trời Đông
Trời ơi tóc trắng rũ lòng quê Cha
Con đi xào xạc tiếng gà
Đêm đêm trông bóng thiên hà buồn tênh
Đời không cát bụi chung tình
Người yêu cát bụi quê mình là đâu?

Nha Trang 4.1975

STREET AT NOON

Street at noon: red sunlight, crimson flag
Life does not confide in the lover of dust
Sorrow in a century of dissolution
Dream of desert island solitude

Hatred seethes in late-afternoon light
Flooding river, avalanche, tidal wave
Blinding smoke covers the Eastern sky
Oh heaven, white hair, have pity on Father's village

I went away at the crowing of the cock
The Milky Way looks bleaker, night after night
If there is no loyal dust in life
Where, for the lover of dust, is his native land?

TỰ TÌNH

Còn nghe được tiếng ve sầu
Còn yêu đốm lửa đêm sâu bập bùng
Quê người trên đỉnh Trường sơn
Cho ta gởi một nỗi hờn thiên thu.

Nha Trang 4.1975

REFLECTION

I can still hear the cicadas' song
Can still love the night-fire's flames
Home is just a peak in the Truong Son
Let's proclaim our thousand-year indignation

CHÂN ĐỒI

Vác cuốc xuống chân đồi
Nắng mai hồng đôi môi
Nghiêng vai hờn tuổi trẻ
Máu đỏ rợn bên trời

Sức yếu lòng đất cứng
Sinh nhai tủi nhục nhiều
Thân gầy tay cuốc nặng
Mắt lệ nóng tình yêu

Thầy tóc trắng bơ vơ
Con mắt xanh đợi chờ
Đèn khuya cùng lẻ bóng
Khúc ruột rối đường tơ

Tuổi Thầy trông cánh hạc
Cánh hạc vẫn chốc mồng
Mắt con mờ ráng đỏ
Ráng đỏ lệ lưng tròng

Chân đồi xanh luống cải
Đời ta xanh viễn phương
Sống chết một câu hỏi
Sinh nhai lỡ độ đường.

Nha Trang 1975

FOOT OF THE HILL

Hoe in hand, going down the hill
Morning sun reddens lips
Shoulders lean, indignant, young
Red blood quakes against sky

Little energy, hard earth
Shame, for earning a living
Thin body, hard work
Wet eyes, anger, love

My father's hair, forlorn and white
My eyes, green with longing
The late-night lamp is lonely too
My heart, like reeling silk

My father dreams a crane's wings
The crane is dreaming too
My eyes dim with red clouds
Clouds on the verge of tears

Patches of mustard green the hill
The horizon greens our lives
Live or die with one question
Earning a living betrayed us

TỪ RỪNG SÂU

Rừng sâu nọ vẫn mơ màng phố thị,
Tình yêu xa như khói thuốc trưa hè.
Trong quãng vắng khúc nhạc sầu tư lự,
Chợt căm thù dồn dập đuổi anh đi.
Em đứng đó hận trường sơn mưa lũ,
Một phương trời mây trắng nhuộm quanh đê.

FROM DEEP IN THE FOREST

The deep forest still dreams of city streets
A love distant as cigarette smoke in summer
In an empty space a pensive song rises
Suddenly bursts of hatred chase me away
Standing, you blame the Truong Son torrents
Clouds cover dikes with whiteness in the sky

ÁC MỘNG RỪNG KHUYA

Lại ác mộng bởi rừng khuya tàn bạo đấy,
Thịt xương người vung vãi lối anh đi.
Nhưng đáy mắt không căm thù đỏ cháy,
Vì yêu em trên cây lá đọng sương mai.

Anh chiến đấu nhọc nhằn như cỏ dại,
Thoảng trông em tà áo mỏng vai gầy,
Ôi hạnh phúc, anh thấy mình nhỏ bé,
Chép tình yêu trên trang giấy thơ ngây.

Đời khách lữ biết bao giờ yên nghỉ,
Giữa rừng khuya nằm đợi bóng sao mai.
Để một thoáng giấc mơ tàn kinh dị,
Dáng em buồn bên suối nhỏ mây bay . . .

Rừng Vạn Giã 1976

NIGHTMARES IN THE FOREST

More troubled dreams in the brutal forest nights
Human bones scattered along my path
But there's no burning hate deep in my eyes
Because I love you like morning's dew-soaked leaves

Weary, I struggle hard like the wild grass
Then glimpse your slim shoulder, your thin dress
Oh happiness, I see myself as small
And write my love on innocent blank pages

A traveler doesn't know when rest will come
In the late-night forest I wait for the morning star
Suddenly, at the end of a frightening dream
Your figure, sad under clouds, by a small stream

MỘT THOÁNG CHIÊM BAO

Người mắt biếc ngây thơ ngày hội lớn
Khóe môi cười nắng quái cũng gầy hao
Như cò trắng giữa đồng xanh bất tận
Ta yêu người vì khoảnh khắc chiêm bao
Rừng Vạn Giã 1976

FLEETING DREAM

Emerald eyes on a great festival day
That smile fades the sunset's afterglow
Like a white stork against a deep green field
I love because the world is a moment's dream

NHỮNG BƯỚC ĐƯỜNG CÙNG

Không vì đời quẫn bức
Nhưng vì yêu rừng sâu
Bước đường vẫn tủi nhục
Biết mình đi về đâu

Ta muốn đi làm thuê
Đời không thuê sức yếu
Ta mộng phương trời xa
Trời buồn mây nặng trĩu

Ven bờ thân cỏ dại
Sức sống thẹn vai gầy
Tóc trắng mờ biên ải
Nỗi hờn mây không bay

Mây không trôi về Bắc
Người mơ về Trường sơn
Nắng chiều rưng tủi nhục
Người trông trời viễn phương.

END OF THE ROAD

Not because of hardship
But because of loving the forest
The path is marked by shame
I don't know where to go

I'd like to work for hire
But life doesn't hire weakness
I dream of distant places
But clouds weigh down the sky

A clump of grass on the bank
I'm ashamed of my thin shoulders
White hair clouds the mountain pass
Anger restrains the clouds

No clouds drift to the North
You dream of the Truong Son
Late sunlight fills with shame
You look to the far horizon

BÓNG CHA GIÀ

Mười lăm năm một bước đường
Đau lòng lữ thứ đoạn trường Cha ơi
Đêm dài tưởng tượng Cha ngồi
Gối cao tóc trắng rã rời thân con
Phù sinh một kiếp chưa tròn
Chiêm bao hạc trắng hãi hùng thiên cơ
Tuần trăng cữ nước tình cờ
Lạc loài du tử mắt mờ viễn phương
Tàn canh mộng đổ vô thường
Bơ vơ quán trọ khói sương đọa đày

Nha Trang 1976

MY FATHER'S SHADOW

Fifteen years on the road, oh Father
Such heartbreaking pain while I wandered
I pictured you sitting through long nights
White hair on a high pillow; my body churned
In this fleeting life I've not flourished
Dreaming a crane's wing, fearing heaven's designs
Under the moon, the shifting tides
The horizon beguiles: the wanderer's eye dims
Deep in fading dreams, fearing your death
Alone in an inn, stung by my prayer's smoke

ƯỚC HẸN

Mười năm sau anh phải về thăm phố cũ
Vì Trường sơn không có những trưa hè
Những con đường nắng cháy
Những con đường bụi đỏ
Và tình yêu trong ánh mắt rã rời.

PROMISE

After ten years I returned to the old street
Because the Truong Son has no summer noons
Roads scorched by sun
Roads red with dust
And love in weary eyes that once gleamed

CÂY KHÔ

Em xỏa tóc cho cây khô sầu mộng
Để cây khô mạch suối khóc thương nhau
Ta cúi xuống trên nụ cười chín mọng
Cũng mơ màng như phố thị nhớ rừng sâu.

Rừng Vạn Giả 1977

DRIED TREE

You let down your hair and the dried tree dreams
The dried tree and the spring cry for each other
I bow down, a full smile on my lips
And dream, like the city missing the deep forest

NHỮNG PHÍM DƯƠNG CẦM

Tự hôm nào suối tóc ngọt lời ca
Tay em run trên những phím lụa ngà
Thời huyền tượng xô người theo cát bụi

Vùng đất đỏ bàn chân ai bối rối
Đạp cung đàn sương ứa đọng vành môi
Đường xanh xanh phơn phớt nụ ai cười
Như tơ liễu ngại ngùng lau nắng nhạt.

Lời tiễn biệt nói gì sau tiếng hát
Hỏi phương nào cho nguyện ước trường sơn
Lời em ca phong kín nhụy hoa hờn
Anh trĩu nặng núi rừng trong đáy mắt.

Mờ phố thị những chiều hôn suối tóc
Sóng ai ngồi so phím lụa đàn xưa.

PIANO KEYS

When your streaming hair sweetened the song
Your hands, on the ivory keys, trembled
Illusion drives one who plays to sand and dust

Whose feet become confused in the red soil?
When the notes sound, dew gathers on lips
On the greenish road, who smiles a small smile
Like willow branches dusting off a sunset?

How to say goodbye when the song ends?
How to find the way to the Truong Son promise?
Your singing closes up the sullen pistils
Mountains, forests lie heavy on my eyes

Streets dim when twilight kisses your hair
Who sits in waves, comparing smooth old keys?

BÊN BẾP LẠNH

Ai biết mình tóc trắng
Vì yêu ngọn nến tàn
Rừng khuya bên bếp lạnh
Ngồi đợi gió sang canh.

Rừng Vạn Giả 1977

BY A COLD FIRE

Who knows you have white hair
And love the dying candle
By a cold fire in the late-night forest
You sit and wait for the watch to change

TỐNG BIỆT HÀNH

Một bước đường thôi nhưng núi cao
Trời ơi mây trắng đọng phương nào
Đò ngang neo bến đầy sương sớm
Cạn hết ân tình, nước lạnh sao?

Một bước đường xa, xa biển khơi
Mấy trùng sương mỏng nhuộm tơ trời
Thuyền chưa ra bến bình minh đỏ
Nhưng mấy nghìn năm tống biệt rồi

Cho hết đêm hè trông bóng ma
Tàn thu khói mộng trắng Ngân hà
Trời không ngừng gió chờ sương đọng
Nhưng mấy nghìn sau ố nhạt nhòa

Cho hết mùa thu biệt lữ hành
Rừng thu mưa máu dạt lều tranh
Ta so phấn nhụy trên màu úa
Trên phím dương cầm, hay máu xanh

Nha Trang 1977

LEAVE-TAKING

Just one step on the road but the mountain's high
Oh heaven, where do they gather, the white clouds?
At the pier, ferries are filled with morning dew
Kindness has dried up; is the water cold?

One step on the far road, far from the sea
Layers of mist tint the silken sky
The boat's not yet at the pier; it's early morning
For thousands of years, people have said goodbye

At the end of summer nights you can see ghosts
In autumn, dream-smoke whitens the Milky Way
The sky doesn't stop the wind to wait for dew
But thousands of years later, the color's faded

At the end of autumn, farewell, the journey starts
In the forest, blood is raining on thatched huts
We compare: stamens are like that faded color
Like ivory piano keys, or blue blood

DREAMING THE TRUONG SON II
AND OTHER POEMS
1978–1984

GIẤC MƠ TRƯỜNG SƠN II
VÁ NHỮNG BÀI THƠ KHÁC
1978–1984

TÔI VẪN ĐỢI

Tôi vẫn đợi những đêm xanh khắc khoải
Màu xanh xao trong tiếng khóc ven rừng
Trong bóng tối hận thù, tha thiết mãi
Một vì sao bên khóe miệng rưng rưng

Tôi vẫn đợi những đêm đen lặng gió
Màu đen tuyền ánh mắt tự ngàn xưa
Nhìn hun hút cho dài thêm lịch sử
Dài con sông tràn máu lệ quê cha

Tôi vẫn đợi suốt đời quên sóng vỗ
Quên những người xuôi ngược Thái Bình Dương
Người ở lại giữa lòng tay bạo chúa
Cọng lau gầy trĩu nặng ánh tà dương

Rồi trước mắt ngục tù thân bé bỏng
Ngón tay nào gõ nhịp xuống tường rêu
Rồi nhắm mắt ta đi vào cõi mộng
Như sương mai, như ánh chớp, mây chiều

Sài gòn 1978

I STILL WAIT

I still wait through long restless nights
Pale green cries sound from the forest edge
In hatred's darkness, there is still love
A star brims like tears beside my lips

I still wait through black windless nights
The pure shimmering black of ancients' eyes
I look deep to lengthen history's path
A river of blood and tears over the land

I still wait, to forget the beating waves
The Pacific Ocean, people back and forth
Those who stayed ache in the tyrant's hands
Slender reeds weighed down by the sun at dusk

Then, with a frail body, I face prison
Fingers tapping time on a mossy wall
Then, my eyes closed, I go to the dream-place
Like early dew, like lightning, like evening clouds

NHỚ CON ĐƯỜNG THƠM NGỌT MÔI EM

Tóc em tung bay sương chiều khói biếc
Dệt tơ trời thành khúc hát bâng khuâng
Tỉnh hay mộng khi Trường Sơn xa hút
Đến bao giờ mây trắng gởi tin sang

Hồn tôi đi trong rừng lang thang
Vọng lời ru từ ánh trăng tàn
Mắt em nhỏ ngại ngùng song cửa
Nghe tình ca trên giọt sương tan

Bóng tôi xa đêm dài phố thị
Nhớ con đường thơm ngọt môi em
Ơi là máu, tủi hờn nô lệ
Bóng tôi mờ suối nhỏ đêm đêm

Gót chân em nắng vàng xua viễn phố
Những ngón hồng ngơ ngác giữa đường chim
Ôi ta nhớ như đêm dài thượng cổ
Sợi tóc mềm lơi nhịp hát trong tim

Sài gòn 1978

THE ROAD SCENTED WITH YOUR LIPS

Your windblown hair in afternoon's blue mist
Weaves sky-silk into a song of vague sorrow
Awake or dreaming, the Truong Son is distant
When will the white cloud send me back its news?

My spirit wanders freely in the forest
Echoing lullabies from the waning moon
Your eyes shift away from the windowsill
A love song is heard in the vanishing dew

My shadow's far from long nights in the city
I remember the road scented with your lips
Oh slavery, and blood, and self-pity
Night after night my shadow blurs the stream

Your feet are sunlight waving away the city
Your dazed toes along the paths of birds
I remember long nights, nights of antiquity
Strands of hair loosen the heartbeats' song

DẠ KHÚC

Tiếng ai khóc trong đêm trường uất hận
Lời ai ru trào máu lệ bi thương
Hồn ai đó đôi tay gầy sờ soạng
Là hồn tôi tìm dấu cũ quê hương
Ai tóc trắng đìu hiu trên đỉnh tuyết
Bước chập chờn heo hút giữa màn sương
Viên đá cuội mấy nghìn năm cô quạnh
Hồn tôi đâu trong dấu tích hoang đường?

Sài gòn 1978

NOCTURNE

Who cries in the long night of anger and grief?
Whose lullabies brim with blood, tears, and pity?
Whose soul is that, groping with thin hands?
It's my soul, searching for traces of the land
Whose desolate white hair, on that snowy peak?
Whose unsteady steps, remote in the misty veil?
Like a pebble lying lonely for thousands of years
Where is my soul, where, in these mythic remains?

TIẾNG GÀ GÁY TRƯA

Gà xơ xác gọi hồn ta từ quá khứ
Về nơi đây cùng khốn giữa điêu linh
Hương trái đắng hè thu buồn bụi đỏ
Ơi ngọt ngào đầu mái tóc em xinh

Từng tiếng nhỏ lẻ loi buồn thống thiết
Nghe rộn ràng trong vết lở con tim
Từ nơi đó ta ghi lời vĩnh biệt
Nắng buồn ơi là đôi mắt ân tình.

Còi xa vẳng giữa trưa nào lạc lõng
Môi em hồng ta ước một vì sao
Trưa dài lắm nhưng lòng tay bé bỏng
Để vươn dài trên vầng trán em cao.

Sai gon 1978

ROOSTER CROW AT NOON

A scraggly rooster calls my soul from the past
To come to this place, abyss of a broken life
The scent of bitter fruit, autumn's red dust
Oh, sweetness, where is your pretty hair?

Each small sound, lonely, mournfully sad
Clamors fervently in the heart's wounds
From there I write my note of forever farewell
Oh sad sunlight, eyes of gratitude, love

A remote siren sounds in the lost noon
Your rosy lips make me wish for a star
The noon is very long but my palm is small
As it reaches out over your high brow

NGỒI GIỮA BÃI THA MA

I

Lửa đã tắt từ buổi đầu sáng thế
Một kiếp người ray rứt bụi tro bay
Tôi ngồi mãi giữa tha ma mộ địa
Lạnh trăng ngà lụa trắng trải ngàn cây
Khuya lành lạnh gió vào run bóng quỷ
Quỷ run run hôn mãi đống xương gầy
Khóc năn nỉ sao hình hài chưa rã
Để hồn tan theo đầu lửa ma trơi
Khi tâm tư chưa là gỗ mục
Lòng đất đen còn giọt máu xanh ngời.

Sài gòn 1979

II

Ta làm kẻ rong chơi từ hỗn độn
Treo gót hài trên mái tóc vào thu
Ngồi đếm mộng đi qua từng đợt lá
Rủ mi dài trên bến cỏ sương khô
Vì lêu lổng mười năm dài gối mộng
Ôm tình già quên bẵng tuổi hoàng hôn
Một buổi sáng nghe chim trời đổi giọng
Người thấy ta xô dạt bóng thiên thần
Đất đỏ thắm nên lòng người hăm hở
Đá chưa mòn nên lòng dạ trơ vơ
Thành phố nọ bởi mưa phùn nắng quái
Nên mười năm quên hết mộng đợi chờ.

SITTING IN THE GRAVEYARD

I

Since the days of Genesis, fires have gone out
A human life is racked by ashes and dust
For a long time I've been sitting in a graveyard
Like white silk, cold moonlight covers the forest—
As chill night winds blow in, demons tremble
Quivering, kissing heaps of thin bones
They cry, ask why their bodies haven't crumbled
So their spirits can disappear in wisps of flame—
When the mind has not yet turned to dead wood
The black earth still shines with bright blue blood

II

I have become a wanderer from chaos
Autumn, my hair, I hang up a soft shoe
I sit and count my dreams passing through leaves
On the grassy bank I let my eyelids fall—
Because I idled for ten long years in dreams
I embrace an old love, forgetting it's twilight
One morning I hear the changed calls of birds
You can see me pushing devas' shadows away—
The crimson earth makes people's hearts eager
Rocks not yet worn smooth make hearts lonesome
Because of the city, the drizzle and strange sun
For ten years I forgot the dream of waiting

III

Cầm lòng lại dấu chân ngày biệt xứ,
Cuộc buồn vui đâu hẹn giữa vô cùng.
Bờ bến lạ biết đâu mòn cuộc lữ
Để ta về uống cạn nét thu phong
Như cánh hải âu cuối trời biển lộng
Bồng bềnh bay theo cánh mỏng ngàn đời
Chạnh nhớ người xưa miền nguyệt ẩn
Thôi một lần thương gởi giữa mênh mông
Chiều lắng đọng thênh thang ghềnh đá dựng
Những nỗi buồn nhân thế cũng phôi pha,
Mầu nhiệm nào đằng sau bao huỷ diệt
Mà nụ hồng vừa nở thắm ven khe.
Khắp cả chốn đâu chẳng là tịnh độ,
Vô sự một đời trắc trở gì đâu,
Không phiền trược mong cầu chi giải thoát,
Cứ thong dong như nước chảy qua cầu.
Từ độ biết buồn câu sinh tử,
Bỏ nhà đi một thoáng riêng mình,
Mẹ già thôi khóc cho thân phụ,
Lại khóc cho đời ta phiêu linh.
Nhớ mẹ một lần trong muôn một,
Thương em biết vậy chẳng gì hơn,
Suối trăng về tắm bên đồi lạ,
Chiều thu sang hải đảo xanh rờn

III

In the footprints of exile, I hold in my feelings
In the midst of infinity, what hope of sorrow, joy?
On strange wharves, who knows if wandering's over
So I can return to drink the autumn winds—
Like a seagull's wings over a rough sea
Drifting like wings from thousands of years ago
Recalling ancient people in moon-hidden places
And a time of love sent to the boundless sky—
Late afternoon, vast rapids, rising stones
The sorrows of this world will fade away
What magic is behind so much destruction?
And yet a rose just bloomed beside the stream—
Everywhere is the home of the Pure Land
A carefree life, no obstacles at all
No complications, no need for emancipation
A life of ease, like water beneath a bridge—
By the time I learned the sadness of life and death
And left home to find some space for myself
My mother had stopped crying for my father
She cried instead for me, my wandering life—
I miss my mother once, a thousand times
I love my sister: I know of nothing better
I bathe in the moon's stream, by a strange hill
On an autumn evening, an island shines bright green

IV

Một kiếp sống, một đoạn đường lây lất
Một đêm dài nghe thác đổ trên cao
Ta bước vội qua dòng sông biền biệt
Đợi mưa dầm trong cánh bướm xôn xao
Một buổi sáng mắt bỗng đầy quá khứ
Đường âm u nối lại mấy tiền thân
Ta đứng mãi trên suối ngàn vĩnh viễn
Mộng vô thường máu đỏ giữa hoàng hôn.

IV

A life: a short stretch of rough road
I listen, all night long, to a waterfall
I step quickly over a long-lost river
Waiting for rain to drizzle on butterfly wings—
One morning, my eyes flood with the past
The dark road connects to my former lives
I stand forever in an endless forest stream
A fleeting dream of red blood at dusk

TIẾNG NHẠC VỌNG

Ta nhớ mãi ngày Đông tràn rượu ngọt
Ngày hội mùa ma quỷ khóc chơi vơi
Trưa phố thị nhạc buồn loang nắng nhạt
Chìm hư vô đáy mắt đọng ngàn khơi
Đây khúc nhạc đưa hồn lên máu đỏ
Bước luân hồi chen chúc cọng lau xanh
Xô đẩy mãi sóng vàng không bến đỗ
Trôi lênh đênh ma quỷ rắc tro tàn.
Vẫn khúc điệu tự ngàn xưa ám khói
Ép thời gian thành rượu máu trong xanh
Rượu không nhạt mà thiên tài thêm cát bụi
Thì ân tình ngây ngất cõi mong manh
Ôi tiết nhịp thiên tài hay quỉ mị
Xô hồn ta lảo đảo giữa tường cao
Trưa dài lắm ta luân hồi vô thủy
Đổi hình hài con mắt vẫn đầy Sao.

Trại giam X.4 Sài gòn 1979

ECHOED MUSIC

I remember winter days brimming with wine
In that festival season, quavering sobs of demons
Sad music spread at noon on sunless streets
In nothingness, eyes reflected a thousand seas

The music lifts the spirit into the blood
Transmigrating steps are jostled by green reeds
Yellow waves push on but there's no pier
Floating demons, adrift, sprinkle ashes

Still the ancient music, blackened with smoke
Pressing time into blood wine, pure and green
Strong wine, but genius gathers sand and dust
In the fragile heart: ecstatic gratitude, love

Oh the rhythm of geniuses, or demons
Shoved between high walls, my spirit staggers
In the long noon, I transmigrate without beginning
Body changed, eyes still full of stars

trích "NGỤC TRUNG MỊ NGỮ"

CÚNG DƯỜNG

Phụng thử ngục tù phạn
Cúng dường Tối Thắng Tôn
Thế gian trường huyết hận
Bỉnh bát lệ vô ngôn

CÚNG DƯỜNG

Xin dâng chén cơm tù này
Cúng dường Đức Phật tháng ngày xót thương
Thế gian huyết hận miên trường
Bưng chén cơm độn vô ngôn lệ trào
(Bản dịch Nguyen Ba Chung)

TRÁCH LUNG

Trách lung do tự tại
Tản bộ nhược nhàn du
Tiếu thoại độc ảnh hưởng
Không tiêu vĩnh nhật tù

LỒNG CHẬT HẸP

Lồng chật lòng vẫn tự tại
Nhàn du bách bộ quanh phòng
Nói cười một mình mình biết
Một ngày tù dài như không
(Bản dịch Nguyen Ba Chung)

70   Tuệ Sỹ

from "SLEEP TALKING IN PRISON"

DEDICATION

Two hands lift the prison bowl of rice
To dedicate it to the Lord of All
World overflowing with blood and strife
Bowl raised as wordless tears fall

NARROW CAGE

I live in a narrow cage but I am content
Lighthearted, free, I walk back and forth
I laugh and talk, listening to myself
A long prison day passes, as if it were nothing

BIỆT CẤM PHÒNG

Ngã cư không xứ nhất trùng thiên
Ngã giới hư vô chân cá thiền
Vô vật vô nhơn vô thậm sự
Tọa quan thiên nữ tán hoa miên.

PHÒNG GIAM CÁCH LY

Ta ở Trời không vô biên xứ
Cảnh giới hư vô thật rất thiền
Không vật, không người, không lắm chuyện
Ngồi xem hoa rải bởi chư Tiên.
(Bản dịch Tuệ Sỹ)

SOLITARY CELL

I live in a sky of boundless space
A Zen landscape of nothingness
No things, no people, no busyness
Just flowers strewn by the Goddess

CHO TA CHÉP NỐT BÀI THƠ ẤY

Ôi nhớ làm sao, em nhỏ ơi!
Từng đêm ngục tối mộng em cười
Ta hôn tay áo thay làn tóc
Nghe đắng môi hồng lạnh tím người.

Đừng ghét mùa mưa, em nhỏ ơi!
Nằm ru vách đá chuyện lưu đày
Cho ta chút nắng bên song cửa
Để vẽ hình Em theo bóng mây.

Cho đến bao giờ, Em nhỏ ơi!
Tường rêu chi chít đọng phương trời
Là Ta chép nốt bài thơ ấy
Để giết tình yêu cả mộng đời.

LET ME COPY THE REST OF THAT POEM

Oh what longing, my dear young friend
Each prison night I dream of your smile—
Kissing my sleeve, I imagine your hair
My lips bitter, my body icy

Don't hate the rain, my dear young friend
I sing to the rock, tell stories of exile
Give me a bit of sun by the window
I'll draw your silhouette on a cloud

How long will it be, my dear young friend?
Moss covers walls, all the way to the sky
And so I copy the rest of that poem
To kill a love, the dream of a life

BÀI CA CÔ GÁI TRƯỜNG SƠN

Nàng lớn lên giữa quê hương đổ nát
Tay mẹ gầy mà đất sống hoang khô
Đàn em nhỏ áo chăn không sưởi ấm
Tuổi trăng tròn quanh má đọng sương thu

Những đêm lạnh tóc nàng hương khói nhạt
Bóng cha già thăm thẳm tận u linh
Tuổi hai mươi mà đêm dài sương phụ
Ngọn đèn tàn tang trắng phủ mênh mông.

Suốt mùa đông nàng ngồi may áo cưới
Đẹp duyên người mình vẫn phận rong rêu
Màu hoa đỏ tay ai nâng cánh bướm
Mà chân mình nghe cát bụi đìu hiu.

Vào buổi sớm sao mai mờ khói hận.
Nghe quanh mình lang sói gọi bình minh
Đàn trẻ nhỏ dắt nhau tìm xó chợ
Tìm tương lai tìm rác rưởi mưu sinh

Từ những ngày thái bình dương dậy sóng.
Quê hương mình khô quạnh máu thù chung
Nàng không mơ buổi chiều phơi áo lụa
Mơ trường sơn vời vợi bóng anh hùng

Từ tuổi ấy nghe tim mình rộn rã
Nàng yêu người dâng trọn khối tình chung
Không áo cưới mà âm thầm chinh phụ
Không chờ mong mà ước nguyện muôn trùng.

SONG OF THE TRUONG SON GIRL

She grew up amid her country's ruins
Her mother's hands were thin, the soil was dry
Few clothes for her younger siblings, no blankets
The full-moon age: cheeks brushed with autumn dew

Now cold nights fade the incense smoke from her hair
Her father stands like an otherworldly statue
Twenty years old, the long nights of a widow
In dying light, mourning's white covers darkness

All winter long, she sews wedding dresses
Seaweed herself, she sews for the joy of others
Who hold red flowers up to butterfly wings
She feels desolate sand beneath her feet

The morning star dims in angry smoke
All around, wolves cry out for daybreak
In the market, children are looking for a corner
Searching for a future, for garbage to scavenge

In the days of boats on roaring Pacific waves
Our country shriveled up with a great hatred
She didn't dream of silk dresses drying
She dreamed of a man, a Truong Son mountain hero

Since then she's felt the fierce beat of her heart
She loved him with a full and mutual love
No wedding dress, but she became a widow
No more waiting, but all the yearning still

Rồi từ đó tóc thề cao ước nguyện
Nên bàn chân mòn đá sỏi Trường sơn
Thân bé bỏng dập dìu theo nước lũ
Suối rừng sâu ánh mắt vọng hoa nguồn.

Trường sơn ơi bóng tùng quân ngạo nghễ
Phận sắn bìm lây lất với hoàng hôn
Quê hương ơi mấy nghìn năm máu lệ
Đôi vai gầy dâng trọn cả mùa xuân.

Sài gòn 1980

Now her young girl's hair is long with yearning
Her footsteps wear down stones in the Truong Son
Her small body bobs with the season's flood
At the forest stream, her eyes long for flowers

Oh Truong Son, the shadows of heroes stand tall
Bindweed vines crawl slowly in the dusk
Oh country with thousands of years of tears and blood
Those shoulders offer their springtime to the land

BUỔI SÁNG TẬP VIẾT CHỮ THẢO

Sương mai lịm khói trà
Gió lạnh vuốt tờ hoa
Nhè nhẹ tay nâng bút
Nghe lòng rộn âm ba.

Sài gòn 1980

PRACTICING CURSIVE WRITING

Tea smoke swirls away morning dew
Cold wind strokes the floral paper
The hand gently lifts the pen
The heart floods with music

HẠ SƠN

Ngày mai sư xuống núi
Áo mỏng sờn đôi vai
Chuỗi hạt mòn năm tháng
Hương trầm lỡ cuộc say

Bình minh sư xuống núi
Tóc trắng hờn sinh nhai
Phương đông mặt trời đỏ
Mùa hạ không mây bay

Ngày mai sư xuống núi
Phố thị bước đường cùng
Sư ho trong bóng tối
Điện Phật trầm mông lung

Bình minh sư xuống núi
Khóe mắt còn rưng rưng
Vì sư yêu bóng tối
Ác mộng giữa đường rừng

Tháng 9.1983

DESCENDING THE MOUNTAIN

Tomorrow the monk will descend the mountain
A frayed thin robe on his shoulders
Prayer beads consume the years
No incense reaches the drinkers

At dawn the monk will descend the mountain
His white hair vexed by labor
In the east the sun will be red
No clouds fly in summer

Tomorrow the monk will descend the mountain
The city his last impasse
Now he coughs in the darkness
The temple grows deep and vast

At dawn the monk will descend the mountain
Tears at the rims of his eyes
Because the monk loves darkness
Nightmares wait on the forest path

trích "TĨNH TỌA"

MỘNG NGÀY

Ta cõi kiến đi tìm tiên động
Cõi trường sinh đàn bướm dật dờ.
Cóc và nhái lang thang tìm sống,
Trong hang sâu con rắn nằm mơ.

Đầu cửa động đàn ong luân vũ
Chị hoa rừng son phấn lẳng lơ.
Thẹn hương sắc lau già vươn dậy;
Làm tiên ông tóc trắng phất phơ.

Kiến bò quanh nhọc nhằn kiếm sống
Ta trên lưng món nợ ân tình.
Cũng định mệnh lạc loài Tổ quốc,
Cũng tình chung tơ nắng mong manh.

Ta hỏi kiến nơi nào cõi tịnh
Ngoài hư không có dấu chim bay,
Từ tiếng gọi màu đen đất khổ,
Thắp tâm tư thay ánh mặt trời?

Ta gọi kiến, ngập ngừng mây bạc;
Đường ta đi, non nước bồi hồi.
Bóc quá khứ, thiên thần kinh ngạc;
Cắn vô biên trái mộng vỡ đôi.

Non nước ấy trầm ngâm từ độ
Lửa rừng khuya yêu xác lá khô.
Ta đi tìm trái tim đã vỡ;
Đói thời gian ta gặm hư vô.

Sài gòn 1983

84   Tuệ Sỹ

from "MEDITATION"

DAYDREAM

Riding an ant, we seek a fairy's cave
A realm of long life, where butterflies flutter
Where toads and frogs wander, looking for food
Where, in a deep hole, a snake dreams

At the cave's mouth, a circle of dancing bees
A forest flower paints her sensuous face
Shamed by their lack of beauty, old reeds rise
And become a fairy with fluttering white hair

Weary ants crawl around, searching for food
On our backs: a debt of gratitude and love
The same destiny, lost in a strange land
Same affection, felt in the frail sunlight

We ask the ant: Where is the Pure Land—
Beyond emptiness, there, in the tracks of birds
Away from the call of the black, bitter earth
Where the light of thought takes over from the sun?

We call to the ants, to faltering silver clouds
As we travel along the road, our troubled country
We peel back the past, astonishing deities
And bite infinity, breaking the dream in two

The country has been pensive since that day
When late-night forest fires loved dead leaves
Now we seek a heart that's been broken
Hungry for time, we gnaw at nothingness

BÌNH MINH

Tiếng trẻ khóc ngân vang lời vĩnh cửu
Từ nguyên sơ sông máu thắm đồng xanh
Tôi là cỏ trôi theo dòng thiên cổ
Nghe lời ru nhớ mãi buổi bình minh.

Buổi vô thủy hồn tôi từ đáy mộ
Uống sương khuya tìm sinh lộ viễn trình
Khi nắng sớm hôn nồng lên nụ nhỏ
Tôi yêu ai, trời rực ánh bình minh.

Đôi cò trắng yêu nhau còn bỡ ngỡ
Sao mặt trời thù ghét tóc nàng xinh?
Tôi lên núi tìm nỗi buồn đâu đó
Sao tuổi thơ không khóc buổi bình minh?

DAWN

A child's cry resounds with eternal words
Ancient rivers of blood darken green fields
I am the grass that flows with antiquity's stream
Hearing lullabies, I remember the dawn

In beginninglessness my soul lifts up from the grave
Drinks night dew, seeks its second-birth journey
When tiny buds are kissed by the early sun
Whomever I love, the sky blazes with dawn

A pair of courting white storks is still unseasoned
Why does the sun scorn her graceful hair?
I seek my strange sorrow on the mountain
Why doesn't youth weep at the break of dawn?

MEDITATION ROOM
2000-2001

TỊNH THẤT
2000-2001

1

Cho tôi một hạt muối tiêu
Bờ môi em nhạt nắng chiều lân la
Tôi đi chấn chỉnh sơn hà
Hồng rơi vách đá mù sa thị thành.

2

Đến đi vó ngựa mơ hồ
Dấu rêu còn đọng trên bờ mi xanh

3

Nghìn năm trước lên núi
Nghìn năm sau xuống lầu
Hạt cải tròn con mắt
Dấu chân người ở đâu?

4

Ta không buồn,
có ai buồn hơn nữa?
Người không đi,
sông núi có buồn đi?
Tia nắng mỏng soi mòn khung cửa;
Để ưu phiền nhuộm trắng hàng mi.
Ta lên bờ,
nắng vỡ bờ róc rách.

1

Give me a grain of pepper, salt
Your lips pale in the coming afternoon sun
I'm journeying to reform my country
Light reddens the cliff   mist veils the city

2

Coming and going   muffled horse hooves
Traces of moss gather on green eyelashes

3

A thousand years ago: up the mountain
A thousand years later: down the stairs
Like mustard seeds, my eyes round with wonder
Where is the trace of our footprints?

4

I'm not sad
Could anyone be sadder?
People aren't leaving
Would rivers and mountains leave?
Sunlight erodes the window frame
Worries turn eyebrows white
I climb onto the shore
Sunlight strikes the babbling water

Gió ở đâu mà sông núi thì thầm?
Kìa bóng cỏ nghiêng mình che hạt cát
Ráng chiều xa, ai thấy mộ sương dầm?

5

Lon sữa bò nằm im bên chợ;
Con chó lạc
đến võ nhịp
trời mưa.
Tôi lang thang
đi tìm cọng cỏ
Nó nhìn tôi
vô tư.

6

Thuyền ra khơi, có mấy tầng tâm sự?
Nắng long lanh, bóng nước vọt đầu ghềnh.

7

Trời cuối thu se lạnh
Chó giỡn nắng bên hè
Nắng chợt tắt
Buồn lê thê.

The wind makes rivers and mountains murmur—
Where does the wind come from?
Grass slants its shadow to hide the sand
Distant afternoon clouds   who sees the misty graves?

5

A milk can lies near the market
A stray dog
Keeps the rhythm
Of the rain
I wander
Look for a blade of grass
It looks at me
With indifference

6

A boat puts out to sea   how many layered secrets?
Sunlight sparkles   water bursts from the rapids

7

The end of autumn: cold and dry
A dog plays with sunlight by the porch
The sunlight dies
Sorrow lengthens

8

Lời rao trong ngõ hẻm:
Đồng hồ điện!
Cầu dao!
Công tắc!
Những lời rao chợt đến chợt đi.
Một trăm năm mưa nắng ra gì,
Cánh phượng đỏ đầu hè, ai nhặt?

9

Nghe luyến tiếc như sao trời mơ ngủ
Đêm mênh mông để lạc lối phù sinh
Ánh điện đường vẫn nhìn trơ cửa sổ
Ngày mai đi ta về lại bình minh.

10

Để trong góc tim một quả xoài,
Khi buồn vớ vẩn lấy ra nhai
Hỏi người năm cũ đi đâu hết?
Còn lại mình ta trên cõi này.
Anh vẽ hình tôi, quên nửa hình.
Nửa nằm quán trọ, nửa linh đinh.
Nửa trên thiên giới, quần tiên hội,
Nửa thức đêm dài, ôi u minh.

8

Cries in the alley:
Electric meter!
Circuit breaker!
Light switch!
The cries come, the cries go
Sun, rain: who cares in a hundred years?
Who picks the poinciana in early summer?

9

Deep regret, like a star dreaming in sleep
In the vast night, people have lost their way
Streetlights still stare blankly at the windows
Tomorrow I'll set out to repaint the dawn

10

In a corner of my heart, I keep a mango
In pointless sorrow I take it out and eat
People of years past, where have they gone?
I am left alone in this land of the living
Friend, you paint my portrait, forgetting half
Half of me stays in an inn, half wanders
Half lives in the deva realm with the fairies
Half stays awake in long underworld nights

11

Lặng lẽ nằm im dưới đáy mồ;
Không trăng không sao mộng vẩn vơ.
Tại sao người chết, tình không chết?
Quay mấy vòng đời, môi vẫn khô.

12

Một hai ba
những ngày quên lãng;
Tôi vùi đầu trong lớp khói mù.
Khói và bụi
chen nhau thành tư tưởng;
Nhưng bụi đường lêu lổng bến thâm u.

13

Bỏ mặc đàn bò đôi mắt tình diệu vợi,
Ta lên trời, làm Chúa Cả Hư Vô.
Nhìn xuống dưới mặt đất dày khói thuốc;
Loài người buồn cho chút nắng hong khô.

14

Giữa Thiên đường rong chơi lêu lổng.
Cõi vĩnh hằng mờ nhạt rong rêu.
Ta đi xuống quậy trần hoàn nổi sóng;
Đốt mặt trời vô hạn cô liêu.

11

I lie still at the bottom of a grave
No moon, no stars, aimlessly I dream
Why do people die, but love doesn't die?
Turn around several times   the lips still dry

12

One two three
Days of forgetting
I bury my head in a curtain of dense moke
Smoke and dust jostle each other
Striving to be thoughts
But road dust dawdles by the dark wharf

13

Leaving behind the cows, their amorous eyes
I rise to the sky, become Lord of Nothingness
I look down at the earth, the cigarette smoke
Humanity's sad   sunlight dries in the wind

14

In Paradise I wander, a vagabond
The eternal world is dim with algae and moss
I go down to the earth to stir the waves
Set fire to the sun, its endless loneliness

15

Con trâu trắng thẩn thờ góc phố
Nỗi hoài hương nhơi mãi nhúm trăng mòn
Đám sẻ lạnh gật gù trên mái đỏ;
Sương chiều rơi có thấy lạnh nhiều hơn?
Một chuỗi rắn rình mò trong hẻm nhỏ;
Không bụi đường đâu có chỗ đi hoang?

16

Bứt cọng cỏ
Đo bóng thời gian
Dài mênh mang

17

Cho xin chút hạt buồn thôi;
Để cho ngọn gió lên đồi rắc mưa.
Gió qua ngõ phố mập mờ;
Mưa rơi đâu đó mấy bờ cỏ lau.
Nắng trưa phố cổ úa màu,
Tôi đi qua mộng đồi cao giật mình.

18

Lão già trên góc phố
Quằn quại trời mưa dông
Áo lụa gầy hoa đỏ
Phù du rụng xuống dòng

15

A dazed white buffalo stands on the street corner
Homesickness keeps nibbling the waning moon
A flock of sparrows nods on the red roof
Afternoon mist is falling   does it feel colder?
Snakes lie in wait in the narrow alley
Without sand or dust, where can one roam?

16

Gather grass
To measure time
Immeasurable

17

Let me have a few drops of sadness
Let wind rise up the hill to sprinkle rain
The wind passes through the hazy streets
Somewhere rain falls on reedy banks
The old streets fade in midday sun
I pass through my dreams   the hill startles

18

An old man on a street corner
Caught in a winter storm
A girl in a red-flowered dress
Ephemeral, the stream

19

Anh đi để trống cụm rừng
Có con suối nhỏ canh chừng sao Mai
Bóng anh dẫm nát điện đài

20

Ôi nỗi buồn
Thần tiên vĩnh cửu.
Nhớ luân hồi
cát bụi đỏ mắt ai.

21

Tiếng muỗi vo ve
Người giật mình tỉnh giấc
Ngoài xa kia
Ai đang đi?

Nước lũ tràn
Em nhỏ chết đuối
Tôi ngồi trên bờ
Vuốt ngọn cỏ mơ.

19

Friend, you leave an empty forest
A small brook guards the Morning Star
Your shadow crushes monuments

20

Oh sadness
Immortal beings
Recall the cycle of life—
Whose eyes are red with sand and dust?

21

Mosquitoes buzz
Someone startles, wakes
In the far distance
Who's leaving on a journey?

Floodwaters overflow
Drowning a child
I sit on the shore
Stroking the grass

22

Người hận ta
Bỏ đi trong thiên hà mộng du
Bóng thiên nga bơ vơ.

Nghìn năm sau
Trong lòng đất sâu
Thắm hạt mưa rào
Giọt máu đổi màu.

23

Hoang vu
Cồn cát cháy
Trăng mù

Hoang vu
Cồn cát
Trăng mù

Cỏ cây mộng mị
Cơ đồ nước non

24

Người đi đâu bóng hình mòn mỏi
Nẻo tới lui còn dấu nhạt mờ
Đường lịch sử
Bốn nghìn năm dợn sóng
Để người đi không hẹn bến bờ.

22

Hating me
You sleepwalk into the galaxy
Shadow of an abandoned swan

A thousand years from now
In the deep earth
In a fierce shower
Blood will change color

23

Deserted
The sand dune burns
The moon is blinded

Deserted
The sand dune
The blind moon

Grass and trees dream
The country's fortunes

24

Where have you gone, your weary shadows
Leaving a vague trace of coming and going?
The path of history
Four thousand years of rippling waves
You've left with no promise of return

25

Gió cao bong bóng vỡ
Mây sương rải kín đồng
Thành phố không buồn ngủ
Khói vỗ bờ hư không

26

Đàn cò đứng gập ghềnh không ngủ
Ngóng chân trời con mắt u linh
Chân trời sụp ngàn cây bóng rủ
Cổng luân hồi mở rộng bình minh

27

Chờ dứt cơn mưa ta vô rừng
Bồi hồi nghe khói lạnh rưng rưng.
Ngàn lau quét nắng lùa lên tóc;
Ảo ảnh vô thường, một thoáng chưng?

Mùng 1 Tân Tỵ

28

Ơ kìa, nắng đỏ hiên chùa.
Trăng non rỏ máu qua mùa mãn tang.
Áo thầy bạc thếch bụi đường.
Khói rêu ố nhạt vách tường dựng kinh.

25

A high wind breaks bubbles
Clouds and mist spread over the fields
The city isn't sleepy
Smoke laps the shore of nothingness

26

A flock of storks totters but doesn't sleep
With ghost eyes, they watch the horizon
The horizon collapses   tree shadows droop
The gate of transmigration opens the dawn

27

I wait for rain to stop to enter the forest
Anxious, I feel cold tearful smoke
Reeds sweep the sunlight onto my hair
Just an illusion, lasting only an instant?
January 1, Year of the Snake

28

See that red light on the pagoda porch?
After the mourning season, the new moon drips blood
Road dust discolors the teacher's robe
Smoke and moss stain the sacred wall

29

Người không vui, ta đi về làm ruộng.
Gieo gió xuân chờ đợi mưa hè.
Nghe cóc nhái gọi dồn khe suối
Biết khi nào phố chợ chắn bờ đê.

Mùng 1 tháng Giêng

30

Thao thức đêm khuya trộm bóng ma.
Ẩn tình khách trọ, nến đầm hoa.
Chối mai trẩy lá, mùa xuân đợi.
Đã quá mùa xuân ánh điện nhòa.

31

Ơi người cắt cỏ ở bên sông,
Nước cuộn ngoài khơi có bận lòng?
Phấn liễu một thời run khóe mọng;
Hương rừng mờ nhạt rải tầng không.

32

Khói ơi bay thấp xuống đi
Cho ta nắm lại chút gì thanh xuân
Ta đi trong cõi Vĩnh hằng
Nhớ tàn cây nhỏ mấy lần rụng hoa

29

You are unhappy   I go back to the fields
I sow the spring wind and wait for summer
I hear toads croak beside the stream
When will we know the market has saved the dike?
                    January 1, Lunar New Year

30

Wide awake at midnight I glimpse ghosts
A guest's secrets   candles become flowers
Apricot buds will blossom   spring is waiting
But spring is already past   the streetlight dims

31

Hey, grass cutter down by the river
Are you disturbed by the churning sea?
The corner of a woman's eye once quivered
A faint forest scent still fills the air

32

Smoke, please fly down lower
Let me hold a bit of my youth again
I travel in the Everlasting World
Remember the canopied trees, their falling flowers

REFRAINS FOR PIANO
2006

NHỮNG ĐIỆP KHÚC CHO DƯƠNG CẦM
2006

1

Ta nhận chìm thời gian trong khóe mắt
Rồi thời gian ửng đỏ đêm thiêng
Đêm chợt thành mùa đông huyễn hoặc
Cánh chim bạt ngàn từ quãng Vô biên

2

Từ đó ta trở về Thiên giới,
Một màu xanh mù tỏa Vô biên.
Bóng sao đêm dài vời vợi;
Thật hay hư, chiều nhỏ ưu phiền.
Chiều như thế, cung trầm khắc khỏai.
Rát đầu tay nốt nhạc triền miên.
Ôm dấu lặng, nhịp đàn đứt vội.
Anh ở đâu, khói lụa ngoài hiên?

3

Trên dấu thăng
âm đàn chĩu nặng
Khóe môi in dấu hận nghìn trùng
Âm đàn đó
chìm sâu ảo vọng
Nhịp tim ngừng trống trải thời gian

Thời gian ngưng
mặt trời vết bỏng

1

I sink time in the corners of my eyes
Time reddens the sacred night
Suddenly night is a winter myth
Immense wings from endless space

2

Since then, I've returned to the numinous sphere
Blue spreads out, obscuring endless space
Night stars stretch deep into the distance
Real or unreal, the afternoon's wet with grief
In an afternoon like that, low notes hum
The notes go on, burning my fingertips
Embracing a rest, the music suddenly stops
Where are you, friend? Smoke fills the veranda

3

On a sharp note
The music grows heavy
Bitterness keeps imprinting
Itself on my lips
The music sinks deep
Into illusions
Heartbeats cease
Emptying time

Time stops
The sky burns

vẫn thời gian
sợi khói buông chùng
Anh đi mãi
thềm rêu vơi mỏng
Bởi nắng mòn
cỏ dại ven sông

4

Ta bay theo đốm lửa lập lòe
Chập chờn trên hoang mạc mùa hè
Khung trời nghiêng xuống nửa
Bên rèm nhung đôi mắt đỏ hoe
Thăm thẳm chòm sao Chức nữ
Heo hút đường về

5

Chiều tôi về
Em tô màu vàng ố
Màu bụi đường khô quạnh bóng trăng
Đường ngã màu
Bóng trăng vò võ
Em có chờ
Rêu sạm trong đêm?

112   Tuệ Sỹ

A thread of smoke
Loosens in time
Friend, you keep going
Moss thins on the threshold
Fading sunlight
Wild grass by the river

4

Flying, I follow a flickering flame
Shimmering in the desert summer
Half the sky tilts downward
Two red eyes by a velvet curtain
How deep the stars of Lyra
How lonely the road back

5

I return in the afternoon
You paint with a faded yellow
Road dust dries the moonlight
The road fades
The moon shines alone
Did you ever wait
For sunburned moss in the night?

6

Màu tối mù lan vách đá
Nhớ mênh mông đôi mắt giã từ
Rồi đi biệt
Để hờn trên đỉnh gió
Ta ở đâu?
Cánh mỏng phù du.

7

Chung trà đã lịm khói
Hàng chữ vẫn nối dài
Thế sự chùm hoa dại
Ủ mờ con mắt cay

8

Công Nương bỏ quên chút hờn trên dấu lặng
Chuỗi cadence ray rứt ngón tay
Ấn sâu xuống ưu phiền trên phím trắng
Nửa phím cung chối nhịp lưu đày

9

Đôi mắt cay
phím đen phím trắng
Đen trắng đuổi nhau
thành ảo tượng

6

Darkness spreads over the stone wall
I can't forget your farewell eyes
Then you disappeared
Leaving anger on the crest of the wind
Where am I?
How fleeting the wings of dreams

7

Smoke from the teapot thins
Words keep stretching out
Worldly affairs like wildflowers
Cover my burning eyes

8

The princess leaves resentment in the rest
The cadence pains my fingers
I press grief more deeply into the white keys
A half note disturbs the rhythm of exile

9

My burning eyes
Black keys white keys
Black and white pursue
Each other into mirage

Trên tận cùng
điểm lặng tròn xoe
Ta gửi đó
ưu phiền năm tháng

10

Cửa kín, chòm mây cuốn nẻo xa.
Ngu ngơ đếm chữ, mắt hoa nhòa.
Tay buồn vuốt mãi tờ hương rã;
Phảng phất mưa qua mấy cụm nhà.

11

Ve mùa hạ chợt về thành phố
Khóm cây già che nắng hoang lương
Đám bụi trắng cuốn lên đầu ngõ
Trên phím đàn lặng lẽ tàn hương
Tiếng ve dội lăn tăn nốt nhỏ
Khóc mùa hè mà khô cả đại dương

12

Đạo sỹ soi hình bên suối
Quên đầu con mắt giữa đêm
Vội bước gập ghềnh khe núi
Vơi mòn triền đá chân chim

At the end
Of the whole rest
I leave my years
Of sorrow

10

The door is closed   clouds roll in the distance
Distracted, I count words   my eyes blur
My sad fingers stroke the crumbling incense
Light rain falls on a few clustered houses

11

In summer, cicadas return at once to the city
A grove of old trees screens bleak sunlight
White dust rolls at the end of an alley
Above the keys, the scent of incense fades
The sound of cicadas ripples softly
Their summer cry will dry up the whole ocean

12

The Taoist sees himself in the stream
At night, who could forget those eyes?
He hurries across rough crevices
Bird tracks wear away the stone

13

Ô hay, giây đàn chợt đứt.
Bóng ma đêm như thật.
Cắn đầu ngón tay giá băng.
Điệp khúc lắng trầm trong mắt.

Rồi phím đàn lơi lỏng;
Chùm âm thanh rời, ngón tay rát bỏng.
Chợt nghe nguyệt quế thoảng hương
Điệp khúc chậm dần theo dấu lặng.

14

Đêm sụp xuống
Bóng dồn một phương
Lạnh toát âm đàn xao động
Trái tim vỗ nhịp dị thường.

Ngoài biên cương
Cây cao chói đỏ
Chiến binh già cổ mộ
Nắng tắt chiến trường
Giọt máu quạnh hơi sương.

15

Một ngày chơi vơi đỉnh thác;
Nghe bồn chồn tiếng gọi hư không.
Giai điệu nhỏ dồn lên đôi mắt.

13

Oh a string has suddenly snapped
It's the night ghost become real
I bite the frozen tips of my fingers
The refrain settles in my eyes

Then the cadence subsides
The notes scatter   my fingers sting
I sense the delicate scent of laurel
After the rest, slower now, the refrain

14

Night falls
Shadows gather
Ice-cold music stirs
Furious heartbeats

Near the border
Tall trees turn fiercely red
Warriors old as ancient tombs
Sunlight wanes on the battlefield
Blood thickens the mist

15

A day is adrift at the head of the rapids
I hear the restless call of nothingness
The melody flows into my eyes

Mặt hồ im ánh nước chập chờn.
Mặt hồ im, tầng màu man mác.
Ảnh tượng mờ, một chút sương trong.
Quãng im lặng thời gian nặng hạt;
Tôi nghe đời trong tấu khúc Thiên hoang.

16

Phủi tay kinh nỗi đảo điên
Tôi theo con kiến quanh triền đỉnh hoang

17

Hơi thở ngưng từ đáy biển sâu
Mênh mông sắc ảo dậy muôn màu
Một trời sao nhỏ xoay khung cửa
Khoảnh khắc Thiên hà ánh hỏa châu

18

Tiếng xe đùa qua ngõ
Cành nguyệt quế rùng mình
Hương tan trên dấu lặng
Giai điệu tròn lung linh

The lake is still   flickering water
The lake is still   a mass of color
Images dim   a bit of clear mist
A silent space   time falls like rain
I hear life in the Pristine World performance

16

Dusting off my hands, I'm frightened by chaos
I follow ants down the slope of a barren peak

17

Breath is stopped   from deep in the sea
Immense forms   myriad colors
A sky with small stars spins in the doorframe
A moment   the Milky Way   a flare of light

18

A car passes by on the street
A laurel branch trembles
In the rest, the scent diffuses
The circular melody glistens

19

Bóng cỏ rơi, giật mình sững sốt.
Mặt đất rung, Ma Quỷ rộn phương trời.
Chút hơi thở mong manh trên dấu lặng.
Đêm huyền vi, giai điệu không lời.

20

Theo chân kiến
luồn qua cụm cỏ
Bóng âm u
thế giới chập chùng
Quãng im lặng
nghe mùi đất thở

21

Nỗi nhớ đó khát khao
luồn sợi tóc.
Vòng tay ôm cuộn khói
bâng khuâng.
Uống chưa cạn chén trà
sương móc.
Trên đài cao Em ngự
mấy tầng.
Lên cao mãi đường mây
khép chặt.
Để xoi mòn ảo tượng
thiên chân.
Ồ, nguyệt quế!

19

Shadow of falling grass   I'm startled
The ground shakes   demons fill the world
On the rest   a fleeting breath
Mysterious night   song without words

20

I follow the ants
And slip through a clump of grass
A somber shadow
A tumbling world
In a moment of silence
I hear the earth breathe

21

That nostalgia, yearning
Slipping through hair
A sad coil of smoke
In a circle of arms
I haven't finished my tea
Dew is falling
On a high terrace
You sit as if
On a very high throne
The path of clouds rises
Then closes up
Wearing away the illusion
Of heavenly truth

trắng mờ đôi mắt.
Ồ, sao Em?
sao ấn mãi cung đàn?
Giai điệu cổ
thoáng buồn
u uất.
Xưa yêu Em
xao động trăng ngàn.

22

Ta sống lại trên nỗi buồn ám khói
Vẫn yêu người từng khoảnh khắc chiêm bao
Từ nguyên sơ đã một lời không nói
Như trùng dương ngưng tụ ánh hoa đào
Nghe khúc điệu rộn ràng đôi cánh mỏi
Vì yêu người ta với bắt ngàn sao

23

Giăng mộ cổ
mưa chiều hoen ngấn lệ
Bóng điêu tàn
huyền sử đứng trơ vơ
Sương thấm lạnh
làn vai hờn nguyệt quế
Ôm tượng đài
yêu suốt cõi hoang sơ.

Oh the laurel
Blinding the eyes
Why do you keep playing
That music?
That old tune
Dejected, a little sad
Back then I loved you
Restless mountain moon

22

I live again in sorrow blackened with smoke
Love, in every moment of my dreams
Words, unspoken even in ancient times
Like the ocean collecting peach-flower petals
Music echoes, cheers my weary wings
For love, I'm reaching out to catch stars

23

Tearstained afternoon rain
Falls on ancient tombs
Ruined shadows of legends
Stand alone

A chilly mist
My shoulders resist the laurel
Embracing a stupa
I love, throughout pure space

NOTES

"Noble Autumn Rancor": *Hận*, rendered here as "rancor," is difficult to translate. In Vietnamese, it could be either positive or negative, whereas it's mostly negative in English.

"Dream of a Long Life": In the Taoist tradition, cinnabar is known as a major ingredient in making pills for a long life. When crumbled, that hope dies with it. It was also believed that eating a fairy's peach would allow one to live as long as a thousand years. When the peach tree is stripped bare, it's dead, and with it the dream of long life. So contemplated, we will give up pursuing these desire-objects so that when they break up and disappear, we will not fall into yearning and distress. Taoists still carry out this practice. "The herder in the field is still faithful": According to legend, Lao-tzu ascended to heaven on an ox's back.

"Foot of the Hill" and "My Father's Shadow": Riding a crane is a metaphor for dying or being ready to die.

"Leave-Taking": The last two lines allude to the Diamond Sutra, in which the Buddha taught: "All conditioned dharmas are like a dream, like an illusion, like a bubble, like a shadow, like a dewdrop, like a lightning flash; you should contemplate them thus."

"Sitting in the Graveyard (II)": A deva is a being in a form of existence higher than the human but still subject to birth and death. A fairy is a similar form.

"Sitting in the Graveyard (III)" and "Daydream": The Pure Land school of Buddhism offers simplified practices leading to the possibility of being reborn in the Pure Land after death.

"Sleep Talking in Prison" is a sequence of eighteen short poems that Tuệ Sỹ, a scholar and translator of Chinese texts, wrote in classical Chinese while he was in reeducation camp in 1978–79. The transliterated versions of the Chinese appear first in the text, followed by translations into Vietnamese by Nguyen Ba Chung and the author. Many Vietnamese poems were written in classical Chinese, from 111 BCE up into the twentieth century; in the 1940s, Hồ Chí Minh wrote his Prison Diary Poems in classical Chinese.

"Meditation" is a collection of nine poems dated 1980–2000.

"Meditation Room (14)": Paradise (*Thiên đường*, literally "celestial palace") is a heavenly realm, one of six destinies where one might be reborn as a result of good actions.

"Refrains for Piano (2)": "Numinous sphere," or heavenly realm, is the realm of spiritual existence, experienced as the result of good actions.

ACKNOWLEDGMENTS

The editors would like to thank the William Joiner Institute for the Study of War and Social Consequences, where our work began.

The majority of these poems were published in Vietnamese in *Giấc mơ Trường Sơn* (Paris and San Jose: An Tiêm, 2002; California: Hương Tích Phật Việt, 2014, 2020).

"From Deep in the Forest" and "Let Me Copy the Rest of That Poem" were published in Vietnamese and the "Sleep Talking in Prison" poems in Chinese in *Ngục Trung Mị Ngữ* (Texas: Quảng Hương Tùng Thư, 1988).

"Refrains for Piano" was published in Vietnamese and French (translations by Dominique de Miscault) as *Những Điệp Khúc Cho Dương Cầm* (Ho Chi Minh City: Phương Đông, 2009).

Our thanks to these publications, and to the editors of the following periodicals, where these translations first appeared: *AGNI, Anchor, Consequence, Copper Nickel, Fulcrum, Guernica, Gulf Coast, Mead, Pensive, Salamander, spoKe, St. Petersburg Review, Talking Writing, Tupelo Quarterly, Two Lines,* and *Waxwing*.

TUỆ SỸ, born in 1943 in Pakse (Laos) as Phạm Văn Thương, joined the Lâm Tế (Linji) Buddhist order when he was ten years old. After graduating from the Institute of Buddhism in Nha Trang in 1950 and Van Hanh University in 1965, he became a tenured professor at the latter in 1970 and served as editor in chief of the university's *Tư Tưởng* (Thoughts) journal from 1972 to 1974. In 1973, he returned to Nha Trang, and in 1975 he began to work on freshly cleared land there. In early 1978, he was sent to reeducation camp, from which he was released after two years. He was arrested in 1984, and was condemned to death in 1988. Thanks to the intervention of many human right organizations, his sentence was reduced to twenty years at hard labor. He was scheduled to be released in 1998, but the government requested that he sign a letter asking for leniency first. He refused, but was released after he fasted for ten days. He has lived in Ho Chi Minh City since his release.

A scholar of Theravada, Mahayana, Eastern, and Western philosophy, Tuệ Sỹ has published numerous works on Buddhism, including *General Outline of Zen, The Philosophy of Sunyata,* and *The Myth of Vimalakirti,* and a study of Heidegger and Hölderlin; he was the first to introduce the works of Michel Foucault to a Vietnamese audience. He has also published studies on the life and work of poets Du Fu and Su Dongpo, and translations of the Buddhist sutras, Daisetz T. Suzuki's *Essays in Zen Buddhism,* and other Chinese and Pali texts. Many of his early poems and short stories were published in *Khởi Hành* magazine (1969–1972) and

Thời Tập (1973–75). His vast translation of the sutras, as well as his eminent poems and other literary productions, place him in a prominent position in Vietnamese history. The author of more than fifty works, he is recognized as one of the most important Buddhist scholars in Vietnam and a cultural treasure of the country.

NGUYEN BA CHUNG is a writer, poet, and translator. His essays and translations have appeared in *Vietnam Forum*, *New Asia Review*, *Boston Review*, *Compost*, *The Nation*, *Mānoa*, *Vietnam Reflections* (*TV History*), and elsewhere. Beginning in 1987, he was associated with the William Joiner Institute at the University of Massachusetts Boston, responsible for bringing Vietnamese writers to Boston, translating their poetry and short stories, and introducing them to an American audience. In 1996, he started working full-time there as a research associate, became director of residency for the Rockefeller Foundation Humanities Fellowship program, and began a summer study program with Hue University in Vietnam. He is the co-translator of more than a dozen works, including *A Time Far Past, From a Corner of My Yard, Distant Road, Six Vietnamese Poets, Le Nguyen Zen Poem*, and *Carrying the Mountain and River on Our Shoulders*.

MARTHA COLLINS has published eleven volumes of poetry, most recently *Casualty Reports* and *Because What Else Could I Do*, which won the Poetry Society of America's William Carlos Williams Award. Her previous books of poetry include the paired volumes *Day Unto Day* and *Night Unto Night*, as well as a trilogy of works that focus on race, beginning with the book-length poem *Blue Front*. Collins has also published four volumes of co-translated Vietnamese poetry, including *Black Stars: Poems by Ngo Tu Lap*, and co-edited a number of volumes, including, with Kevin Prufer, *Into English: Poems, Translations, Commentaries*. Founder of the creative writing program at the University of Massachusetts Boston and former Pauline Delaney Professor of Creative Writing at Oberlin College, Collins lives in Cambridge, Massachusetts.

ABOUT SEEDBANK

Just as repositories around the world gather seeds in an effort
to ensure biodiversity in the future, Seedbank gathers works of
literature from around the world that foster reflection on the
relationship of human beings with place and the natural world.

SEEDBANK FOUNDERS

The generous support of the following visionary investors
makes this series possible:
Meg Anderson and David Washburn
Anonymous
The Hlavka Family

milkweed
EDITIONS

Founded as a nonprofit organization in 1980, Milkweed Editions is an independent publisher. Our mission is to identify, nurture, and publish transformative literature, and build an engaged community around it.

Milkweed Editions is based in Bdé Óta Othúŋwe (Minneapolis) within Mní Sota Makhóčhe, the traditional homeland of the Dakhóta people. Residing here since time immemorial, Dakhóta people still call Mní Sota Makhóčhe home, with four federally recognized Dakhóta nations and many more Dakhóta people residing in what is now the state of Minnesota. Due to continued legacies of colonization, genocide, and forced removal, generations of Dakhóta people remain disenfranchised from their traditional homeland. Presently, Mní Sota Makhóčhe has become a refuge and home for many Indigenous nations and peoples, including seven federally recognized Ojibwe nations. We humbly encourage our readers to reflect upon the historical legacies held in the lands they occupy.

milkweed.org

Milkweed Editions, an independent nonprofit publisher, gratefully acknowledges sustaining support from our Board of Directors; the Alan B. Slifka Foundation and its president, Riva Ariella Ritvo-Slifka; the Amazon Literary Partnership; the Ballard Spahr Foundation; Copper Nickel; the McKnight Foundation; the National Endowment for the Arts; the National Poetry Series; and other generous contributions from foundations, corporations, and individuals. Also, this activity is made possible by the voters of Minnesota through a Minnesota State Arts Board Operating Support grant, thanks to a legislative appropriation from the arts and cultural heritage fund. For a full listing of Milkweed Editions supporters, please visit milkweed.org.

Interior design by Tijqua Daiker and Mary Austin Speaker
Typeset in Garamond

Adobe Garamond is based upon the typefaces first created by Parisian printer Claude Garamond in the sixteenth century. Garamond based his typeface on the handwriting of Angelo Vergecio, librarian to King Francis I. The font's slenderness makes it one of the most eco-friendly typefaces available because it uses less ink than similar faces. Robert Slimbach created a digital version of Garamond for Adobe in 1989, and his font has become one of the most widely used typefaces in print.